A Primer in Telugu Characters

Edward C. Hill

MANOHAR
1991

ISBN 81-85425-39-6

First Published 1991

Published by
Ajay Kumar Jain
Manohar Publications
2/6 Ansari Road, Daryaganj
New Delhi - 110 002

Printed at
Sunil Printers
CB-1067, 75/1 Ajay Palace
Naraina, New Delhi-110 028

Table of Contents

Preface

The following presentation of the Telugu script gives all of the forms which are encountered in modern printed texts. In addition, many early variant forms found both in printing and in manuscript are also illustrated. The information concerning these earlier variants as well as information on early conventions governing the representation of Sanskrit in Telugu script has been drawn from two sources:

Campbell, A.D. *A Grammar of the Teloogoo Language.* (Madras, 1816)

Brown, C.P. *A Grammar of the Telugu Language.* Second edition. (Madras, 1857).

The presentation which follows is organized thematically rather than pedagogically. Therefore the best approach for those with no prior exposure to the script is not to read through from start to finish. This would encumber the beginner with details on variants before mastering the basic forms. Instead the following sequence of study is recommended:

1. Learn the shapes of the vowels (p. 1).
2. Learn the shapes of all the consonants in combination with the short vowel *a* given in the consonant-vowel chart (pp. 2-3).
3. Learn the forms of the consonants *n, s, p, v,* and *m* joined with all the vowels as presented in the consonant-vowel chart (pp. 2-3).
4. Study the words without conjuncts on pages 12 and 13 referring to the transliteration and the consonant-vowel chart when necessary.
5. Study the material on conjunct consonants on page 6 learning thoroughly the secondary forms of the eight consonants illustrated at the bottom of the page.
6. Read through the information on variants of conjunct consonants (p. 7).
7. Study the examples with conjunct consonants (p. 8).
8. Read the information on *anusvāra* (p. 10).
9. Study the words with conjunct consonants (pp. 14-15).
10. Carefully study the reading passages (pp. 16 and 18).
11. Finally read back through the entire presentation from start to finish paying close attention to information on variant forms.

Edward C. Hill

Dictionary of American
Regional English
University of Wisconsin
Madison, Wisconsin 53706

THE TELUGU CHARACTERS

Vowel Characters:

a	अ	అ	u	उ	ఉ	ḷ	ऌ	ఌ	o	ओ	ఓ
ā	आ	ఆ	ū	ऊ	ఊ	ḹ	ॡ	ౡ	au	औ	ఔ
i	इ	ఇ	ṛ	ऋ	ఋ	e	ए	ఏ	ṁ	ं	ం
ī	ई	ఈ	ṝ	ॠ	ౠ	ai	ऐ	ఐ	ḥ	ः	ః

Consonants:[1]

k	क्	క్	kh	ख्	ఖ్	g	ग्	గ్	gh	घ्	ఘ్	ṅ	ङ्	ఙ్
c	च्	చ్	ch	छ्	ఛ్	j	ज्	జ్	jh	झ्	ఝ్	ñ	ञ्	ఞ్
ṭ	ट्	ట్	ṭh	ठ्	ఠ్	ḍ	ड्	డ్	ḍh	ढ्	ఢ్	ṇ	ण्	ణ్
t	त्	త్	th	थ्	థ్	d	द्	ద్	dh	ध्	ధ్	n	न्	న్
p	प्	ప్	ph	फ्	ఫ్	b	ब्	బ్	bh	भ्	భ్	m	म्	మ్
y	य्	య్	r	र्	ర్	l	ल्	ల్	v	व्	వ్	ś	श्	శ్
ṣ	ष्	ష్	s	स्	స్	h	ह्	హ్	ḻ	ळ्	ళ్	kṣ	क्ष्	క్ష్

[1]The sign ్ , when written above a consonant, is equivalent to the Devanāgarī *virāma* and denotes a consonant with no following vowel.

Vowel Signs.

Vowel signs, that is, the forms used when the vowels are written joined to preceding consonants, are given in the third column. The fourth column shows the vowel signs in combination with the consonant క *k*.

अ	అ	✓		క
आ	ఆ	ా		కా
इ	ఇ	ి		కి
ई	ఈ	ీ		కీ
उ	ఉ	ు		కు
ऊ	ఊ	ూ		కూ
ऋ	ఋ	ృ		కృ
ॠ	ౠ	ౄ		కౄ
ऌ	ఌ	ౢ		కౢ
ए	ఏ	ే		కే
ऐ	ఐ	ై		కై
ओ	ఓ	ో		కో
औ	ఔ	ౌ		కౌ

Combinations of all consonants with all vowels:

	अ అ	आ ఆ	इ ఇ	ई ఈ	उ ఉ	ऊ ఊ	ऋ ఋ	ॠ ౠ	ऌ ఌ	ए ఏ	ऐ ఐ	ओ ఓ	औ ఔ
क्	క	కా	కి	కీ	కు	కూ	కృ	కౄ	కౢ	కే	కై	కో	కౌ
ख्	ఖ	ఖా	ఖి	ఖీ	ఖు	ఖూ	ఖృ	ఖౄ	ఖౢ	ఖే	ఖై	ఖో	ఖౌ
ग्	గ	గా	గి	గీ	గు	గూ	గృ	గౄ	గౢ	గే	గై	గో	గౌ
घ्	ఘ	ఘా	ఘి	ఘీ	ఘు	ఘూ	ఘృ	ఘౄ	ఘౢ	ఘే	ఘై	ఘో	ఘౌ
ङ्	ఙ	ఙా	ఙి	ఙీ	ఙు	ఙూ	ఙృ	ఙౄ	ఙౢ	ఙే	ఙై	ఙో	ఙౌ
च्	చ	చా	చి	చీ	చు	చూ	చృ	చౄ	చౢ	చే	చై	చో	చౌ
छ्	ఛ	ఛా	ఛి	ఛీ	ఛు	ఛూ	ఛృ	ఛౄ	ఛౢ	ఛే	ఛై	ఛో	ఛౌ
ज्	జ	జా	జి	జీ	జు	జూ	జృ	జౄ	జౢ	జే	జై	జో	జౌ
झ्	ఝ	ఝా	ఝి	ఝీ	ఝు	ఝూ	ఝృ	ఝౄ	ఝౢ	ఝే	ఝై	ఝో	ఝౌ
ञ्	ఞ	ఞా	ఞి	ఞీ	ఞు	ఞూ	ఞృ	ఞౄ	ఞౢ	ఞే	ఞై	ఞో	ఞౌ

	अ అ	आ ఆ	इ ఇ	ई ఈ	उ ఉ	ऊ ఊ	ऋ ఋ	ॠ ౠ	ऌ ఌ	ए ఏ	ऐ ఐ	ओ ఓ	औ ఔ
ट्	ట	టా	టి	టీ	టు	టూ	టృ	టౄ	టౢ	టే	టై	టో	టౌ
ठ्	ఠ	ఠా	ఠి	ఠీ	ఠు	ఠూ	ఠృ	ఠౄ	ఠౢ	ఠే	ఠై	ఠో	ఠౌ
ड्	డ	డా	డి	డీ	డు	డూ	డృ	డౄ	డౢ	డే	డై	డో	డౌ
ढ्	ఢ	ఢా	ఢి	ఢీ	ఢు	ఢూ	ఢృ	ఢౄ	ఢౢ	ఢే	ఢై	ఢో	ఢౌ
ण्	ణ	ణా	ణి	ణీ	ణు	ణూ	ణృ	ణౄ	ణౢ	ణే	ణై	ణో	ణౌ
त्	త	తా	తి	తీ	తు	తూ	తృ	తౄ	తౢ	తే	తై	తో	తౌ
थ्	థ	థా	థి	థీ	థు	థూ	థృ	థౄ	థౢ	థే	థై	థో	థౌ
द्	ద	దా	ది	దీ	దు	దూ	దృ	దౄ	దౢ	దే	దై	దో	దౌ
ध्	ధ	ధా	ధి	ధీ	ధు	ధూ	ధృ	ధౄ	ధౢ	ధే	ధై	ధో	ధౌ
न्	న	నా	ని	నీ	ను	నూ	నృ	నౄ	నౢ	నే	నై	నో	నౌ
प्	ప	పా	పి	పీ	పు	పూ	పృ	పౄ	పౢ	పే	పై	పో	పౌ
फ्	ఫ	ఫా	ఫి	ఫీ	ఫు	ఫూ	ఫృ	ఫౄ	ఫౢ	ఫే	ఫై	ఫో	ఫౌ
ब्	బ	బా	బి	బీ	బు	బూ	బృ	బౄ	బౢ	బే	బై	బో	బౌ
भ्	భ	భా	భి	భీ	భు	భూ	భృ	భౄ	భౢ	భే	భై	భో	భౌ
म्	మ	మా	మి	మీ	ము	మూ	మృ	మౄ	మౢ	మే	మై	మో	మౌ
य्	య	యా	యి	యీ	యు	యూ	యృ	యౄ	యౢ	యే	యై	యో	యౌ
र्	ర	రా	రి	రీ	రు	రూ	రృ	రౄ	రౢ	రే	రై	రో	రౌ
ल्	ల	లా	లి	లీ	లు	లూ	లృ	లౄ	లౢ	లే	లై	లో	లౌ
व्	వ	వా	వి	వీ	వు	వూ	వృ	వౄ	వౢ	వే	వై	వో	వౌ
श्	శ	శా	శి	శీ	శు	శూ	శృ	శౄ	శౢ	శే	శై	శో	శౌ
ष्	ష	షా	షి	షీ	షు	షూ	షృ	షౄ	షౢ	షే	షై	షో	షౌ
स्	స	సా	సి	సీ	సు	సూ	సృ	సౄ	సౢ	సే	సై	సో	సౌ
ह्	హ	హా	హి	హీ	హు	హూ	హృ	హౄ	హౢ	హే	హై	హో	హౌ
ळ्	ళ	ళా	ళి	ళీ	ళు	ళూ	ళృ	ళౄ	ళౢ	ళే	ళై	ళో	ళౌ
क्ष्	క్ష	క్షా	క్షి	క్షీ	క్షు	క్షూ	క్షృ	క్షౄ	క్షౢ	క్షే	క్షై	క్షో	క్షౌ

Optional Variants of the Consonant-Vowel Combinations.

The consonant-vowel combinations given in the chart above are used in modern printing and writing. Several of the variants that follow will also be found in modern texts but are, for the most part, characteristic of early printed texts and older manuscripts.

The most common set of variants occurs when the vowel ఓ *o* is added to a consonant. It's usual vowel sign ో as in కో *ko* also appears as ె ా, as exemplified in the chart above by మెుా *mo* and యెుా *yo*. It also appears as ె ుా, for example:

o	ो	ో	ె ా	ె ుా
gho	घो	ఘో	ఘెా	
jho	झो	ఝో	ఝెా	ఝెుా
no	नो	నో		నెుా
vo	वो	వో		వెుా
so	सो	సో	సెా	సెుా
ho	हो	హో	హెో	హెుా

In early texts all consonants may be found in combination with the alternative forms of *o*: ె ా or ె ుా. In modern texts the variant forms are usually restricted to *mo*, *yo*, and *ho*.

Examples with variant forms of ఓ *o*:

ghoṣaṇā	घोषणा	ఘోషణా	ఘెాషణా
jhoḍa	झोड	ఝోడ	ఝెుాడ
nodanaṁ	नोदनं	నోదనం	నెుాదనం
voḍhṛ	वोढृ	వోఢృ	వెుాఢృ
sodaraḥ	सोदरः	సోదరః	సెాదరః
hotṛ	होतृ	హోతృ	హెోతృ
homaḥ	होमः	హోమః	హెుామః

The next set of variants concerns the addition of the vowel ఈ *ī* to consonants. Instead of the usual vowel sign ీ, as in కీ *kī*, the alternate form ి ా is also used. (Compare యీ *yī* in the consonant-vowel chart above.)

ī	ी	ీ	ి ా
mī	मी	మీ	మీ
sī	सी	సీ	సీ
hī	ही	హీ	హీ

In modern texts the variant ి ా is confined to the syllable *mī*.

Examples with variant forms of ఈ *ī*:

mīnaḥ	मीनः	మీనః	మీనః
sīdhu	सीधु	సీధు	సీధు
hīraḥ	हीरः	హీరః	హీరః

Yet another way to represent the vowel sign ఈ *ī* is to add the sign ీ or ా on the line following the consonant, for example, టీ *ṭī*, ణీ or ణీ *ṇī*. These will only be found in older texts.

There are also variants for the long and short Telugu *e* and *o* in consonant-vowel combinations. When the forms హా *hā* and హీ *hī* are compared to హ *ha* and హి *hi*, it is evident that the indicator of length is the sign ౕ called *pollu*. Thus in addition to ణా *ṇā*, the variant form ణా is also found representing the same syllable in older texts. The *pollu* is also found in the vowel characters and vowel signs of *e* and *o*, ఏ, ే, ఓ, ో.

The same type of length distinction that is found in the Sanskrit pairs *a-ā, i-ī, u-ū,* is also found in the Telugu language between *e-ē* and *o-ō*. The vowel characters and vowel signs of the Telugu short *e* and *o* are ఎ, ె and ఒ, ొ. Note the absence of the *pollu* in these forms.

The modern convention is to represent Sanskrit *e* and *o* by the long Telugu forms as illustrated above in the chart of consonant-vowel combinations. However, the earlier convention (at least until the middle of the 19th century) was to use the short Telugu forms. Thus కె for కే *ke* and పె for పే *pe*, and so on. Just as the vowel sign of the Telugu long ఓ *ō* may be either ో, ో, or ో, so the vowel sign of the short ఒ *o* may be either ొ or ొ. Thus the following are all rendered as *ko* when writing Sanskrit: కొ, కొ, కో, కో.

The symbol ఙ is often found instead of ఙ *n*.

Instead of కౢ *kḷ* as written in the chart above, కౢ is also to be found.

Conjunct Consonants -- The Secondary Forms of the Consonants.

When compared with Devanāgarī, the representation of consonant clusters in Telugu script is more straightforward as it has only one ligature, క్ష *kṣa*, as exemplified earlier. Elsewhere each consonant usually has a single secondary form which most often bears a close resemblance to its primary form. The secondary forms are written below, or below and to the right of the consonant which precedes them. The vowel is written attached to the first consonant of a cluster though it is read following the subscribed consonant, for example, జ్ఞా *jñā*, ర్షి *rṣi*, ణ్టు *ṇṭu*.

The following chart gives the secondary forms of those consonants whose primary and secondary forms are exactly alike or whose secondary forms differ from their primary counter parts only by the omission of the sign ✓, that is, the secondary form of the vowel అ *a*.

kkha	क्ख	క్ఖ
ṅga	ङ्ग	ఙ్గ
ṅgha	ङ्घ	ఙ్ఘ
ṅṅa	ङ्ङ	ఙ్ఙ
cca	च्च	చ్చ
ccha	च्छ	చ్ఛ
jja	ज्ज	జ్జ
jjha	ज्झ	జ్ఝ
cña	च्ञ	చ్ఞ

ṭṭa	ट्ट	ట్ట
ṇṭha	ण्ठ	ణ్ఠ
ḍḍa	ड्ड	డ్డ
ḍḍha	ड्ढ	డ్ఢ
ṇṇa	ण्ण	ణ్ణ
ttha	त्थ	త్థ
dda	द्द	ద్ద
ddha	द्ध	ద్ధ
ppa	प्प	ప్ప

spha	स्फ	స్ఫ
bba	ब्ब	బ్బ
bbha	ब्भ	బ్భ
śśa	श्श	శ్శ
ṣṣa	ष्ष	ష్ష
ssa	स्स	స్స
lha	ल्ह	ల్హ
ṅkṣa	ङ्क्ष	ఙ్క్ష

The remaining eight consonants have secondary forms which do not resemble their primary forms.

kka	क्क	క్క
tta	त्त	త్త
nna	न्न	న్న
mma	म्म	మ్మ
yya	य्य	య్య
rra	र्र	ర్ర
lla	ल्ल	ల్ల
vva	व्व	వ్వ

Variants Involving Conjunct Consonants.

The secondary form of క *k* may also be written as [illegible] or [illegible]. Thus క్క, క్క or క్క *kka.*

The secondary form of మ *m* may also be written as [illegible]. Thus మ్మ or మ్మ *mma.*

The secondary form of ర *r*, while usually written as [illegible], may also be found as [illegible] or [illegible] in printed texts. Thus the following variants:

prāṇaḥ	प्राणः	ప్రాణః	ప్రాణః	ప్రాణః	ప్రాణః
srāvaḥ	स्रावः	స్రావః	స్రావః	స్రావః	స్రావః

When ర *r* is the first consonant in a cluster the symbol ౯ may be used instead. In this case it is written on the line following the second consonant, for example:

garbhinī	गर्भिणी	గభి౯ణీ	గర్భిణీ
cūrṇam	चूर्णं	చూణ౯ం	చూర్ణం
darśanīya	दर्शनीय	దశ౯నీయ	దర్శనీయ

The somewhat rare combination of ర *r* followed by ఋ *ṛ* may be written in any of three ways:

nirṛṇa	निर्ऋण	నిఋ౯ణ	నిర్ఋణ	నిర్ఋణ
nirṛtiḥ	निर्ऋतिः	నిఋ౯తిః	నిర్ఋతిః	నిర్ఋతిః

Here note may be taken of the syllable *śrī*. While normally written శ్రీ, it is also written [illegible]

Some Examples Containing Conjunct Consonants.

bhaṭṭaḥ	भट्टः	భట్ట
lajjā	लज्जा	లజ్జా
icchā	इच्छा	ఇచ్ఛా
niṣpaṇṇa	निष्पण्ण	నిష్పణ్ణ
ātmajaḥ	आत्मजः	ఆత్మజః
chadman	छद्मन्	ఛద్మన్
āsanna	आसन्न	ఆసన్న
cittaṁ	चित्तं	చిత్తం
vallabha	वल्लभ	వల్లభ
puṇya	पुण्य	పుణ్య
dhvani	ध्वनि	ధ్వని
utka	उत्क	ఉత్క
patnī	पत्नी	పత్నీ
pūrṇa	पूर्ण	పూర్ణ
prati	प्रति	ప్రతి
vidyā	विद्या	విద్యా
jyotsnā	ज्योत्स्ना	జ్యోత్స్నా
sattvaṁ	सत्त्वं	సత్త్వం
tatkṣaṇam	तत्क्षणम्	తత్క్షణమ్
kārtsnyaṁ	कार्त्स्न्यं	కార్త్స్న్యం

Further Variants Involving Conjunct Consonants.

When the vowels ఆ *ā*, ఉ *u*, and ఊ *ū* follow the secondary form of య *y*, that is, ్య, the secondary form of the vowel may be written attached to ్య instead of being attached to the preceding primary form.

nyā	न्या	న్యా	న్యా
nyu	न्यु	న్యు	న్యు
nyū	न्यू	న్యూ	న్యూ

When the vowel ఓ *o*, written as ో or ో, follows the secondary form of య *y*, the ౦ of the ో is omitted and only — is joined to ్య.

nyo	न्यो	న్యో	న్యో	న్యో

Examples showing ఆ *ā*, ఉ *u*, ఊ *ū*, and ఓ *o* following ్య *y*.

manyuḥ	मन्युः	మన్యుః	మన్యుః
caryā	चर्या	చర్యా	చర్యా
anyonya	अन्योन्य	అన్యోన్య	అన్యోన్య
adhyūḍhaḥ	अध्यूढः	అధ్యూడః	అధ్యూడః
upadhyāyaḥ	उपाध्यायः	ఉపాధ్యాయః	ఉపాధ్యాయః

Note also the analogous phenomenon when ఉ *u* follows a subscribed form of ప *p* or వ *v*, that is, ప్పు or ప్పు *ppu*, వ్వు or వ్వు *vvu*.

Anusvāra

Two conventions are currently used to represent a homorganic nasal preceding a stop consonant in Telugu script. The first is to use the symbol O, called *sunna*, before a stop in a manner entirely analogous to the use of the Devanāgarī *aṇusvāra* (Consult W.D. Whitney, *Sanskrit Grammar* 73.b.) The second is to write out the particular class-nasal. The *sunna* convention is the older and perhaps still the most common. The class-nasal convention is a 19th century innovation owing to immitation of Devanāgarī texts and now used mainly in scholarly editions. In the reading passages on pages 16 and 18 the *sunna* convention is used in the *Bhagavadgītā* and the class-nasal in the *Brahmasūtraśāṅkarabhāṣyam.*

In the chart below, the roman transliteration, which shows class nasals, does not strictly apply to the Telugu script examples in the fourth column which use *sunna.* The same relationship holds between the Telugu script version of the *Bhagavadgītā* given here and its transliteration.

aṅguli	अङ्गुलि	అఙ్గులి	అంగులి
maṇḍanaṁ	मण्डनं	మణ్డనం	మండనం
cañcalaḥ	चञ्चलः	చఞ్చలః	చంచలః
paṅkti	पङ्क्ति	పఙ్క్తి	పంక్తి
tāmbūlaṁ	ताम्बूलं	తామ్బూలం	తాంబూలం
mañjīraḥ	मञ्जीरः	మఞ్జీరః	మంజీరః
candraḥ	चन्द्रः	చన్ద్రః	చంద్రః
ambu	अम्बु	అమ్బు	అంబు
daṇḍaḥ	दण्डः	దణ్డః	దండః
kañcukin	कञ्चुकिन्	కఞ్చుకిన్	కంచుకిన్

The Telugu Numerals.

0	1	2	3	4	5	6	7	8	9	1985
౦	౧	౨	౩	౪	౫	౬	౭	౮	౯	౧౯౮౫

The numeral for nine written as ౯ is sometimes also written as . The numeral for five written as ౫ sometimes appears as 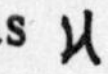.

Easily Confused Pairs.

When reading printed texts each character can be readily distinguished from any other. In manuscript however, even in carefully written styles, the distinguishing characteristics of certain characters may be obscured. The pairs most easily confused involve the consonants *c-b* and *ch-bh.* The combinations *vi* and *li* are also often indistinguishable.

చి	బి
ఛి	భి
వి	లి

AIDS FOR READING

Words Without Conjuncts:

okaḥ	ओकः	ఓకః
nāma	नाम	నామ
ūḍha	ऊढ	ఊఢ
nīti	नीति	నీతి
śiśu	शिशु	శిశు
saṁmohaḥ	संमोहः	సంమోహః
auṣadhaṁ	औषधं	ఔషధం
nūpuraḥ	नूपुरः	నూపురః
sukumāra	सुकुमार	సుకుమార
eka	एक	ఏక
ṣoḍaśadhā	षोडशधा	షోడశధా
ṛṣi	ऋषि	ఋషి
śanaiḥ	शनैः	శనైః
vāyu	वायु	వాయు
locanaṁ	लोचनं	లోచనం
mṛṣā	मृषा	మృషా
yogaḥ	योगः	యోగః
dayā	दया	దయా
vipinaṁ	विपिनं	విపినం
daivaṁ	दैवं	దైవం
pīḍā	पीडा	పీడా
vaidheyaḥ	वैधेयः	వైధేయః
muhūrtaṁ	मुहूर्तं	ముహూర్తం

jhaṭiti	झटिति	ఝటితి
ākṛti	आकृति	ఆకృతి
bhayaṁ	भयं	భయం
bahiḥ	बहिः	బహిః
jaṭā	जटा	జటా
bhūmipālaḥ	भूमिपालः	భూమిపాలః
phalakaṁ	फलकं	ఫలకం
paurajanaḥ	पौरजनः	పౌరజనః
iva	इव	ఇవ
mukhaṁ	मुखं	ముఖం
hṛdayaṁ	हृदयं	హృదయం
hāsaḥ	हासः	హాసః
ayuj	अयुज्	అయుజ్
īṣat	ईषत्	ఈషత్
himaṁ	हिमं	హిమం
cūtaḥ	चूतः	చూతః
uparodhanaṁ	उपरोधनं	ఉపరోధనం
cetanā	चेतना	చేతనా
bisaṁ	बिसं	బిసం
yugaṁ	युगं	యుగం
tathāpi	तथापि	తథాపి
vighātaḥ	विघातः	విఘాతః
mīḍha	मीढ	మీఢ

Words With Conjuncts:

tarkaḥ	तर्कः	తర్కః
ukta	उक्त	ఉక్త
durbodha	दुर्बोध	దుర్బోధ
agni	अग्नि	అగ్ని
namaskāraḥ	नमस्कारः	నమస్కారః
janman	जन्मन्	జన్మన్
nāṭyaṁ	नाट्यं	నాట్యం
iṣṭaṁ	इष्टं	ఇష్టం
parisphuṭa	परिस्फुट	పరిస్ఫుట
parikleśaḥ	परिक्लेशः	పరిక్లేశః
svapnaḥ	स्वप्नः	స్వప్నః
gaṅgā	गङ्गा	గంగా
upasthānaṁ	उपस्थानं	ఉపస్థానం
durgaṁ	दुर्गं	దుర్గం
gacchati	गच्छति	గచ్ఛతి
diṣṭyā	दिष्ट्या	దిష్ట్యా
kṛtajñatā	कृतज्ञता	కృతజ్ఞతా
kaṇṭhaḥ	कण्ठः	కంఠః
pramatta	प्रमत्त	ప్రమత్త
niścayaḥ	निश्चयः	నిశ్చయః
utkhāta	उत्खात	ఉత్ఖా
suvarṇaṁ	सुवर्णं	సువర్ణం
pattraṁ	पत्त्रं	పత్త్రం

maṅgalaṁ	मङ्गलं	మఙ్గలం
bhañjanaṁ	भञ्जनं	భఞ్జనం
upaplavaḥ	उपप्लवः	ఉపప్లవః
durlabha	दुर्लभ	దుర్లభ
āpannasattvā	आपन्नसत्त्वा	ఆపన్నసత్త్వా
divya	दिव्य	దివ్య
kāmayiṣyate	कामयिष्यते	కామయిష్యతే
trayī	त्रयी	త్రయీ
mlecchaḥ	म्लेच्छः	మ్లేచ్ఛః
raśmi	रश्मि	రశ్మి
svairam	स्वैरम्	స్వైరమ్
utsargaḥ	उत्सर्गः	ఉత్సర్గః
snānaṁ	स्नानं	స్నానం
gārhasthyaṁ	गार्हस्थ्यं	గార్హస్థ్యం
kaṭhoragarbha	कठोरगर्भ	కఠోరగర్భ
prakoṣṭhaḥ	प्रकोष्ठः	ప్రకోష్ఠః
puraskṛta	पुरस्कृत	పురస్కృత
kṣatriyaḥ	क्षत्रियः	క్షత్రియః
utkṣipati	उत्क्षिपति	ఉత్క్షిపతి
tīkṣṇa	तीक्ष्ण	తీక్ష్ణ
jijñāsā	जिज्ञासा	జిజ్ఞాసా
pratyutpanna	प्रत्युत्पन्न	ప్రత్యుత్పన్న
mahotsavaḥ	महोत्सवः	మహోత్సవః

Bhagavadgītā:

1.1-5

ధర్మక్షేత్రే కురుక్షేత్రే సమవేతా యుయుత్సవః,
మామకాః పాండవాశ్చైవ కిమకుర్వత సంజయ.
దృష్ట్వా తు పాండవానీకం వ్యూఢం దుర్యోధనస్తదా,
ఆచార్యముపసంగమ్య రాజా వచనమబ్రవీత్.
పశ్యైతాం పాండుపుత్రాణామాచార్య మహతీం చమూమ్,
వ్యూఢాం ద్రుపదపుత్రేణ తవ శిష్యేణ ధీమతా.
అత్ర శూరా మహేష్వాసా భీమార్జునసమా యుధి,
యుయుధానో విరాటశ్చ ద్రుపదశ్చ మహారథః.
ధృష్టకేతుశ్చేకితానః కాశిరాజశ్చ వీర్యవాన్,
పురుజిత్కుంతిభోజశ్చ శైబ్యశ్చ నరపుంగవః.

4.33-35

శ్రేయాన్ ద్రవ్యమయాద్యజ్ఞాజ్ జ్ఞానయజ్ఞః పరంతప,
సర్వం కర్మాఖిలం పార్థ జ్ఞానే పరిసమాప్యతే.
తద్విద్ధి ప్రణిపాతేన పరిప్రశ్నేన సేవయా,
ఉపదేక్ష్యన్తి తే జ్ఞానం జ్ఞానినస్తత్త్వదర్శినః.
యజ్జ్ఞాత్వా న పునర్మోహమేవం యాస్యసి పాండవ,
యేన భూతాన్యశేషేణ ద్రక్ష్యస్యాత్మన్యథో మయి.

15.1-2

ఊర్ధ్వమూలమధఃశాఖమశ్వత్థం ప్రాహురవ్యయమ్,
ఛందాంసి యస్య పర్ణాని యస్తం వేద స వేదవిత్.
అధశ్చోర్ధ్వం ప్రసృతాస్తస్య శాఖా
గుణప్రవృద్ధా విషయప్రవాలాః,
అధశ్చ మూలాన్యనుసంతతాని
కర్మానుబంధీని మనుష్యలోకే.

Mahābhārata 6.23.1-5
(Bhagavadgītā 1.1-5)

1 dharmakṣetre kurukṣetre samavetā yuyutsavaḥ
māmakāḥ pāṇḍavāścaiva kimakurvata saṃjaya

2 dṛṣṭvā tu pāṇḍavānīkaṃ vyūḍhaṃ duryodhanastadā
ācāryamupasaṃgamya rājā vacanamabravīt

3 pasyaitāṃ pāṇḍuputtrāṇāmācārya mahatīṃ camūm
vyūḍhāṃ drupadaputreṇa tava śiṣyeṇa dhīmatā

4 atra śūrā maheṣvāsā bhīmārjunasamā yudhi
yuyudhāno virāṭaśca drupadaśca mahārathaḥ

5 dhṛṣṭaketuścekitānaḥ kāśirājaśca vīryavān
purujitkuntibhojaśca śaibyaśca narapuṃgavaḥ

Mahābhārata 6.26.33-35
(Bhagavadgītā 4.33-35)

33 śreyāndravyamayādyajñājjñānayajñaḥ paraṃtapa
sarvaṃ karmākhilaṃ pārtha jñāne parisamāpyate

34 tadviddhi praṇipātena paripraśnena sevayā
upadekṣyanti te jñānaṃ jñāninastattvadarśinaḥ

35 yajjñātvā na punarmohamevaṃ yāsyasi pāṇḍava
yena bhūtānyaśeṣeṇa drakṣyasyātmanyatho mayi

Mahābhārata 6.37.1-2
(Bhagavadgītā 15.1-2)

1 ūrdhvamūlamadhaḥśākhamaśvatthaṃ prāhuravyayam
chandāṃsi yasya parṇāni yastaṃ veda sa vedavit

2 adhaścordhvaṃ prasṛtāstasya śākhā
guṇapravṛddhā viṣayapravālāḥ
adhaśca mūlānyanusaṃtatāni
karmānubandhīni manuṣyaloke

From the Beginning of the *Brahmasūtraśāṅkarabhāṣya*:

యుష్మదస్మత్ప్రత్యయగోచరయోర్విషయవిషయిణోస్తమః
ప్రకాశవద్విరుద్ధస్వభావయోరితరేతరభావానుపపత్తౌ
సిద్ధాయాం తద్ధర్మాణామపి సుతరామితరేతరభావానుపపత్తిః

ఇత్యతో ఽస్మత్ప్రత్యయగోచరే విషయిణి చిదాత్మకే
యుష్మత్ప్రత్యయగోచరస్య విషయస్య తద్ధర్మాణాం చాధ్యాసః
తద్విపర్యయేణ విషయిణస్తద్ధర్మాణాం చ విషయే ఽధ్యాసో మిథ్యేతి
భవితుం యుక్తమ్

తథాప్యన్యోన్యస్మిన్నన్యోన్యాత్మకతామన్యోన్యధర్మాంశ్చాధ్యస్యేతరేతరా
వివేకేనాత్యన్తవివిక్తయోర్ధర్మధర్మిణోర్మిథ్యాజ్ఞాననిమిత్తః
సత్యానృతే మిథునీకృత్యాహమిదంమమేదమితి నైసర్గికో ఽయం
లోకవ్యవహారః

ఆహ కో ఽయమధ్యాసో నామేతి

ఉచ్యతే స్మృతిరూపః పరత్ర పూర్వదృష్టావభాసః

తం కేచిదన్యత్రాన్యధర్మాధ్యాస ఇతి వదన్తి

కేచిత్తు యత్ర యదధ్యాసస్తద్వివేకాగ్రహనిబన్ధనో భ్రమ ఇతి

అన్యే తు యత్ర యదధ్యాసస్తస్యైవ విపరీతధర్మత్వకల్పనామా
చక్షత ఇతి

సర్వథాపి త్వన్యస్యాన్యధర్మావభాసతాం న వ్యభిచరతి

Brahmasūtraśāṅkarabhāṣyam

yuṣmadasmatpratyayagocarayorviṣayaviṣayiṇostamaḥ prakāśavadviruddhasvabhāvayoritaretarabhāvānupapattau siddhāyāṃ taddharmāṇāmapi sutarāmitaretarabhāvānupapattiḥ

ityato 'smatpratyayagocare viṣayiṇi cidātmake yuṣmatpratyayagocarasya viṣayasya taddharmāṇāṃ cādhyāsaḥ tadviparyayeṇa viṣayiṇastaddharmāṇāṃ ca viṣaye 'dhyāso mithyeti bhavituṃ yuktam

tathāpyanyonyasminnanyonyātmakatāmanyonyadharmāṃścādhyasyetaretarā vivekenātyantaviviktayordharmadharmiṇormithyājñānanimittaḥ satyānṛte mithunīkṛtyāhamidaṃmamedamiti naisargiko 'yaṃ lokavyavahāraḥ

āha ko 'yamadhyāso nāmeti

uchate smṛtirupaḥ paratra pūrvadṛṣṭāvabhāsaḥ

taṃ kecidanyatrānyadharmādhyāsa iti vadanti

kecittu yatra yadadhyāsastadvivekāgrahanibandhano bhrama iti

anye tu yatra yadadhyāsastasyaiva viparītadharmatvakalpanāmācakṣata iti

sarvathāpi tvanyasyānyadharmāvabhāsatāṃ na vyabhicarati